மாற்றி யோசி

சுகந்தி நாடார்

I0324454

10 Maybelle court, Mechanicsburg PA 17050 USA

நூலின் பெயர்	: மாற்றி யோசி
பொருள்	: நாவல்
மொழி	: தமிழ்
ஆசிரியர்	: சுகந்தி நாடார்
காப்புரிமை	: சுகந்தி நாடார்
எழுத்துரு	: மைக்ரோசாப்ட் விஜயா
எழுத்துரு அளவு	: 12
முதல் பதிப்பு	: அச்சுப்பதிப்பு 2022
நூலின் விவரம்	: (178mm x 127mm), Black & White: Crème
அச்சகம்	: IngramSpark
பதிப்பகம்	: Tamilunltd

10 Maybelle court,
Mechanicsburg PA 17050 USA

7178025889 7177283999
tamilunltd@gmail.com

Table of Contents

புத்திசாலிக் கோழி	*3*
தெரு நாய்	*5*
ஓநாயும் ஆட்டுக் குட்டியும்	*7*
சிங்கமும் நரியும்	*9*
முயல்களின் பயம்	***11***
காகமும் நரியும்	***13***
விறகு வெட்டியும் பாம்பும்	***15***
ஓநாயும் கொக்கும்	***17***
பஞ்சத்தில் அடிபட்ட தவளைகள்	***19***
வஞ்சக நரி	***22***
மயிலும் காகமும்	***25***

2

புத்திசாலிக் கோழி

"காற்று உள்ள போதே தூற்றிக் கொள்"

ஒரு கிராமத்தில் ஒரு விவசாயியும் அவரது மனைவியும் வாழ்ந்து வந்தனர். அவர்கள் பண்ணையில் கோழிகளை இறைச்சிக்காககவும் முட்டைகளுக்காகவும் வளர்த்து வந்தனர்.

ஒரு நாள் விவசாயி மனைவி தன் தங்க மோதிரத்தைத் தொலைத்து விட்டார். அவர் அதை எங்கு தேடியும் கிடைக்கவில்லை. கோழிகள் தோட்டத்தில் நடமாடும் இடத்தில் தொலைந்து போன தங்க மோதிரம் விழுந்து கிடந்தது. அதை அவரோ விவசாயியோ கவனிக்கவே இல்லை.

அங்கு நடந்து கொண்டிருந்த சேவலின் காலில் அத்தங்க மோதிரம் சிக்கியது.

பளபளப்பாய் இருத ஒரு வஸ்து தன் காலில் பட்டவுடன் சேவல் அதை ஆச்சிரியமாய் கொத்திக் கொத்தி தின்ன முயன்றதுஅது தஙக மோதிரம் என்று அதற்குத் தெரியவே இல்லை.

கொத்திக் கொத்தி மோதிரத்தை உடைக்க முடியாத இந்த மோதிரம் என் கால் தூசிக்குச் சமம் என்று கூறி மோதிரதத்தை தன் அலகால் நெட்டித் தள்ளி விட்டு தீவனத்தைச் சுவைத்து உ ண்ண ஆரம்பித்தது.

அதைப் பார்த்த ஒரு கோழி

"ஏ சேவலே இந்த தங்க மோதிரத்தின் மதிப்பு என்ன தெரியுமா? இந்த மோதிரத்தைத் தொலைத்து விட்டு நம் எஜமானியம்மா எவ்வளவு கவலையோடு இருக்கின்றார். பார்க்க்கிறாய் தானே?"

"அட,என்னை பொறுத்தவரை கோதுமை மணிகளும் பட்டைத் தீட்டிய அரிசியும் தான் உயரியவை. விலை மதிப்பு உள்ளவை."

"இந்த மனிதர்களுக்கு பல பொருட்களின் மேல் ஆசை. ஆசை வைத்து மோசம் போகிறார்கள். அதற்கு நாம் என்ன செய்வது?" என்ற படி தீவனத்தை உண்ண ஆரம்பித்தது

"உனக்கு சொன்னால் புரியாது" என்று சொன்னக் கோழி. அந்த மோதிரத்தை தன் காலில் பிடித்திக் கொண்டு கூவிக் கொண்டே அங்கும் இங்கும் ஓட ஆரம்பித்தது. கவலையோடு உட்கார்ந்திருந்த விவசாயின் மனைவியின் முன்னால் சென்று எகிறிக் குதித்து கூவி அவரின் கவனத்தைக் கவர முயற்சி செய்தது

கோழி செய்த இரைச்சலில் தன் கவலை மறந்து கோழியின் மேல் கவனத்தைத் திருப்பிய அந்தப் பெண்மணி கோழியின் கால்களில் சூரிய. ஒளியில் தக தகவென்று மின்னிய மோதிரத்தைக் கண்டார். உடனே ஓடி வந்து அந்தக். கோழியை அணைத்துத் தூக்கி மோதிரத்தை எடுத்துக் கொண்டார்.

அடுத்த ஒரு சில நாட்களில், விவசாயி சந்தைக்குக் கிளம்பினார். சந்தையில் கோழிகளை விற்பதற்காக அவற்றை கூண்டில் அடைத்து தன் மிதி வண்டியில் ஏற்றி விவசாயி தயாரான போது அந்தக் கூட்டத்தில். மோதிரத்தை கண்டு பிடித்தக் கோழியும் இருப்பதைக் கண்ட விவசாயின் மனைவி தன் கணவனிடம், "இந்தக் கோழி நமக்கு அதிர்ஷட்டமானது. இதை நாம் இறைச்சிக்கு விற்கக் கூடாது. நான் இதை என்னுடைய. செல்லப்பிராணியாக வளர்க்க போகிறேன்", என்று கூறி கோழியைக் கூண்டிலிருந்து விடுவித்து தன் வீட்டிற்குள் எடுத்துச் சென்று அதை செல்லமாக வளர்க்க ஆரம்பித்தார்.

வாய்ப்புக்களை சரியாகப் பயன்படுத்திய அந்தக் கோழிக்கு அதன் உயிரே மீண்டும் வரமாகக் கிடைத்தது.

தெரு நாய்

"பதறாத காரியம் சிதறாது".

ஓர் ஊரில் ஓர் தெரு நாய் இருந்தது. அந்தத் தெரு நாயுடன் மற்ற நாய்கள் எப்போதும் சண்டை போட்டு கொண்டே இருந்தன. ஒரு நாள் ஒரு கசாப்புக் கடையிலிருந்து ஒரு பெரிய எலும்புத் துண்டு அந்த நாய்க்குள் கிடைத்தது. தனக்குக் கிடைத்த அந்த எலும்பை வேறு ஏதாவது ஒரு நாய் சண்டை போட்டு எடுத்துக் கொள்ளுமோ என்ற பயத்தில் வேகமாக தன் வழக்கமான பாதையை மாற்றி ஒரு பூங்காவிற்குள் ஓடியது.

அந்தப் பூங்காவின் ஒரு ஓரத்தில் ஒரு சிறிய. ஓடை இருந்தது. அதன் கரையில் பல குழநதைகள் விளையாடி கொண்டு இருந்தன. அவர்கள் தன் மேல் கல் எறிந்து விடுவார்க்களோ என்ற பயத்தில் அந்த ஓடையின் மறுபக்கமாக நடந்தது. அப்படி நடக்கும் போது. ஓடைநீரில் அந்த நாயின் பிம்பம் தெரிந்தது. நீரில் தெரிந்த பிம்பம் தன்னுடையது என்று புரியாமல் தன்னிடம் இருந்த எலும்பை எடுத்துக் கொள்ள வந்த இன்னோரு நாய் என்று நினைத்து அந்த நீரில் தெரிந்த பிம்பத்தைப் பார்த்துக் குரைத்தது. அதனால் அந்த நாய் கவ்விக் கொண்டிருந்த எலும்பு நீரில் விழூந்தது.

"ஐயோ என் எலும்பை. நான் முட்டாளாக இழந்து விட்டேனே என்று நாய் பரிதவித்தது. அதன் வாயிலிருந்து விழுந்த எலும்பு நீரின் வழி மிதந்து சென்றது

அந்த எலும்பு நமக்கு வேண்டுமானால் நாம் அதைப் போய் நாம் எடுத்து வர வேண்டும் என்று அந்த நாய்க்குப் புரிந்தது உடனே நீரில் குதித்து ஓடையோடு மிதந்து கொண்டிருந்த எலும்பை நோக்கி வேகமாக நீந்தியது.

நீந்திச் சென்ற நாய் எலும்பைக் கவ்விய அதே நேரம், ஓடையின் கரையில் பந்து விளையாடிக் கொண்டு இருந்த குழந்தை பந்தை தவற விட்டது. ஓடையை நோக்கி உருண்டு வந்த பந்தை எடுக்க பந்தின் பின்னால் ஓடி வந்த குழந்தை ஓடையில் தவறி விழுந்தது. இதைக் கண்ட அந்தத் தெருநாய் குழந்தையை நோக்கி நீங்கி குப்புற விழுந்து மூழ்கிக் கொண்டிருந்த குழந்தையின் வயிற்றைத் தன் முதுகில் தாங்கி குழந்தையை நீருக்கு வெளியே தூக்கியது. அந்த நாயை பலரும் பாராட்டினர். கூட்டத்தில் இருந்த ஒருவர் அந்த நாயை தன் வீட்டிற்குக் கொண்டுபோய் பாசமாக வளர்க்க ஆரம்பித்தார்.

ஓநாயும் ஆட்டுக் குட்டியும்

"ஆடிக் கறக்கிற மாட்டை ஆடிக் கறக்கணும் பாடிக் கறக்கின்ற மாட்டை பாடிக்கறக்கணும்."

கிராமத்தை ஒட்டிய ஓர் காட்டில் பல மிருகங்கள் வாழ்ந்து வந்தன.அவர்களை ஓர் ஓநாய் மிரட்டி வந்தது. சிறு மிருகங்கள் அதன் கண்ணில் படவே பயந்தன. அந்த வம்புக்கார. ஓநாய் தன் கண்ணில் யார் பட்டாலும். வம்புக்கு இழுத்து அவர்களை அடித்துக் கொன்று தின்று விடும்.

ஒரு நாள் அந்த ஓநாய் ஓடையில் நீர் அருந்த சென்ற போது எதிர் புறத்தில் ஒரு ஆட்டுக்குட்டி நீர் அருந்துவதைக் கண்டது.

"ஆஹா" இன்று இந்த ஆட்டுக் குட்டி நமக்கு விருந்தாகப் போகிறது என்று ஆனந்தமடைந்த ஓநாய், "ஏய் ஆட்டுக்குட்டி நீ ஏன் நான் குடிக்கும் நீரைக் கலங்கடிக்கின்றாய்?"உனக்கு என்ன திமிர் ?"என்று வம்புக்கு இழுத்தது.

தான் ஓநாயைத் தாண்டி தான் ஓடையில் நின்றிருந்ததால் தான் நீரைக் கலக்க வாய்ப்பே இல்லை என்று தெரிந்திருந்த ஆட்டுக்குட்டி ஓநாயை விட்டு சிறிது சிறிதாக நகர்ந்து கொண்டே ஐயா என்னை மன்னித்து விடுங்கள். நீங்கள் கூறியது உண்மை தான், என் நன்பனான யானையுடனும் கடமானுடனும் நான் விளையாடிக் கொண்டிருந்தேன் அதனால் தான் நீங்கள் குடிக்கும் நீர் கலங்கி இருக்கின்றது.

யானையா? கடமானா? எங்கே ஓநாய் என்று திரும்பிப் பார்த்தது. இது தான் சமயம் என்று ஆட்டுக் குட்டி தப்பித்து வேகமாக ஓடியது.

ஆட்டுக்குட்டி தப்பி ஓடியதைக் கண்ட ஓநாய் அதைத் துரத்தி ஓடிக் கொண்டே ஏய் ஆட்டுக்குட்டி நில் அன்று நீ என்னை அவதூறாகத் திட்டினாயே? அதற்கு நின்று பதில் சொல் என்று மிரட்டியது. இப்போதும் ஓநாய் பொய் சொல்வதை உணர்ந்து கொண்ட ஆட்டுக்குட்டி

"ஆம் ஐயா நான் உங்களுக்கு மூளையில்லை என்று நான் சொன்னேன் தான்."என்று ஒத்துக் கொண்டது.

உன்னைக் கொன்று தின்கிறேன் பார் என்று ஓராய் ஊளை இட்டது.

"நீங்களே யோசியுங்கள் ஐயா. என்னை அடித்துத் தின்பதற்காக நீங்கள் என்னைத் துரத்திக் கொண்டு வருகின்றீர்கள். ஆனால் என்னை வைத்து உங்களை வேட்டையாட என்னை வளர்க்கும் விவசாயி தன் நாய்களைக் கூட்டில் கொண்டு நம்மை நோக்கி வந்து கொண்டு இருக்கிறார். அதனால் தான் நான் உங்களை முட்டாள் என்று திட்டினேன். என்று கூறியபடி இன்னும் வேகமாக பாய்ந்து ஓடியது.

ஐயோ நாய்களா? வேட்டைக்காரனா? என்று பயந்த போன ஓநாய் தன் உயிர் பிழைக்க ஓடி மறைந்தது.

8

சிங்கமும் நரியும்

> "புத்தி முற்றியவருக்கு சித்தியாதது
> ஒன்றும் இல்லை."

ஒரு நாள் சிங்கம் நரி ஓநாய், குள்ளநரி ஆகிய நான்கும் வேட்டைக்குச் சென்றன. நால்வரும் நாள் முழுதும் அலைந்து திரிந்து இறுதியில் ஒரு ஆண் கலைமானைக் கண்டனர். நால்வரும் ஒரே நேரத்தில் நான்கு திசைகளிலிருந்தும் தாக்கப்பட்டதால் அந்தக் கலைமான் அம்மிருகக் கூட்டத்திடம் சிக்கியது. அதன் மீது. நால்வருமே பாய்ந்து கொன்றனர். இறந்த மானின் உடலை நால்வரும் எப்படிப் பங்கு போட்டுக் கொள்வது என்ற பிரச்சனை வந்தது.

உடனே சிங்கம் தான் பலசாலி என்று மற்ற மூவரும் கூடிப் பேசி,

"ஏ சிங்க ராஜா நீதான் எங்களில் பெரியவனும், பல சாலியும் ஆவாய் அதனால் நீயே நமது பங்கை நான்கு பாகங்களாகப் பிரித்துக் கொடு". என்றனர்.

தன்னுடன் கூட்டு சேர்ந்த மூவரும் இதையேச் சொல்வார்கள் என்று தெரிந்து இருந்த சிங்கம் மாமிசத்தை நான்கு பங்காகப் பிரித்தது. அதன் பின் ஆணவத்துடன், நான்கு பாகங்களில் முதல் பாகம் மிருகங்களின் அரசன் என்ற முறையில் என்னைச் சேர்கிறது. இரண்டவாது பாகம் நம் நால்வருக்கும் பாகம் பிரிக்கும் நடுவர் என்ற முறையில் எனக்கே வருகிறது. இறந்து கிடக்கும் மானின் மூன்றாவது பாகம் வேட்டையில் பங்கு எடுத்துக் கொண்டு உழைத்ததற்கான என்னுடைய ஊதியம். என்று கூறி விட்டு உறுமியது.

மூன்று பாகங்களும் எனக்கும் கிடைத்து விட்டது. மீதம் இருக்கும் பாகத்தைஎன்னிடம் இருந்து எடுக்க யாருக்குத் தைரியம் இருக்கிறதோ அவர்கள் வந்து எடுத்துக் கொள்ளலாம் என்று கூறி கர்ஜித்தது. சிங்கத்தின் கர்ஜனையைக் கண்டு நடுங்கிய. நரி, ''எங்கள் உழைப்பில் பங்கு கேட்டு பயன் பெற்ற நீ அதன் பலனை எங்களிடம் பகிர்ந்து கொள்ள மறுக்கின்றாய்'', என்று அச்சத்தோடு முனங்கிக் கொண்டு, தன்னால் கவ்வி இழுக்க முடிந்த இறைச்சியை இழுத்து எடுத்துக் கொண்டு அந்த இடத்த்தை விட்டே ஓடி விட்டது.

பலசாலியான சிங்கம் தங்களை ஏமாற்றுவதைப் புரிந்து கொண்ட ஓநாயும் குள்ள நரியும் இந்த சிங்கத்திடமிருந்து நமக்கு உரிய பங்கை எப்படியாவது எடுத்துக் கொள்ள வேண்டும் என்று திட்டமிட்டன. அந்தத் திட்டத்தின் படி இருவரும் மாறி மாறி. அபாயத்தில் இருப்பது போல ஊளையிட ஆரம்பித்தனர்.

குள்ளநரியின் அபாய ஓலத்தைக் கேட்ட குள்ளநரிகூட்டம் தங்கள் நண்பனுக்கு ஆபத்து என்று உணர்ந்து அதைக் காப்பாற்ற ஓடி வந்தனர். அதே போல ஓநாயின் உதவிக் குரலை கேட்ட ஓநாய்களின் கூட்டமும் ஓநாயின் உதவிக்கு வந்தன.

கூட்டமாக வந்த குள்ளநரிகளையும் ஓநாய்களையும் பார்த்த சிங்கம் மிரண்டு தன் பங்கு மாமிசத்தைக் கூட எடுத்துக் கொள்ளாமல் ஓடியது. ஓநாயும் குள்ள நரியும் தன் நண்பர்களுடன் மாமிசத்தைப் பங்கு போட்டு உண்டன.

முயல்களின் பயம்

அச்சமில்லாதவன் அம்பலம் ஏறுவான்

காட்டு விலங்குகளிலேயே மிகவும் சாதுவான விலங்குகள் முயல்கள். மருண்ட விழிகளும் தட்டையானக் குட்டைக் கால்களும், பஞ்சுப் பொதி போன்ற வாலும் கொண்ட முயல்களை மிக மென்மையான பிராணிகளாகக் கருதப்பட்டதால் காட்டில் யாருமே முயல்களுக்கு. பயப்படுவது இல்லை. முயல்களின் நண்பர்களாகிய மான்கள் கூட தங்கள் நீண்டக் கால்களாலும் கூரிய நீண்ட வலிமையான கொம்புகளாலும் தங்களைத் தாக்க வந்தவர்களை எதிர்த்துத் தப்பி ஓடி விடுகின்றன. முயல்களை விட உருவத்தில் சிறிய அணில்களோ வேகமாக மரத்தில் ஏறி தங்கள் உயிரைக் காப்பாற்றிக் கொள்ளும் திறமை வாய்ந்தவை,.

ஆனால் முயல்களை மற்ற விலங்குகள் இம்சைப் படுத்தும். முயல்களைத் துன்பப்படுத்தி அவைகளை விரட்டி அடித்து விளையாடுவது காட்டில் உள்ளப் பெரிய விலங்குகளுக்கு ஒரு பொழுது போக்காக இருந்தது. அதனால் எந்த ஒரு விலங்கின் குளம்பொலி கேட்டாலோ அல்லது உறுமல் சத்தம் கேட்டாலோ புதர்களின் சிறு அசைவு இருந்தாலும் இந்த முயல் கூட்டம் மருண்டு பதறி ஆளுக்கு ஒரு திசையில் ஓடும்.எனவே முயல்கள் அந்தக் காட்டை விட்டு வெளியேறி வேறிடம் செல்ல தீர்மானித்தன.ஒரு நாள் அதிகாலை வேளையில் காட்டிலிருந்த மற்ற விலங்குகள் விழிக்கும் முன் காட்டை கடக்க கூட்டமாக கிளம்பின காட்டிலிருந்தக் குளக்கரையின் பக்கம் அந்த முயல் கூட்டம் கடக்கும் போது குளக்கரையில் இருந்த தவளைக் கூட்டம் முயல்களுக்கு பயந்து நீரில் குதித்தது.

அதைக் கண்ட முயல்கள் திகைத்து நின்றன. முயல் கூட்டத்திலிருந்த ஒரு முயல் "நாம் நினைப்பது போல், எல்லாமே மோசமான நிலையில் இல்லை. நம்மை விட மோசமான நிலையில் இருப்பவைகள் இந்தத் தவளைகள் தான் என்றது. கூட்டத்தில் இருந்தக் கிழ முயல் உடனே, "நாம் நம் உயிருக்கு அஞ்சுவது போல இந்தத் தவளைகளும் நம்மை கண்டு. தங்கள் உயிருக்கு அஞ்சுகிறார்கள்." என்றது.

அதற்கு கூட்டத்திலிருந்த இள முயல், "நாமும் ஏன் உயிருக்கு அஞ்சி நம் காட்டை விட்டு வெளியேற வேண்டும்? இந்தத் தவளைகளைப் பாருங்கள் இவை பயத்தினால் நீருக்குள் தஞ்சம் புகுந்தன.

நாம் நமது அச்சத்தினால் நமது பாதுகாப்பான இருப்பிடத்திலிருந்து வெளியேற முயற்சிக்கின்றோம். அது தவறு என்று எனக்குத் தோன்றுகின்றது. நாம் இந்தக் குளக்கரையிலேயெ இந்தத் தவளைகளோடு நண்பர்களாகி வாழ்ந்தால் என்ன? இந்தக் காட்டை விட்டு வெளியேறினால் நாம் என்ன மாதிரியான ஆபத்துக்களையும் பிரச்சனைகளையும் சமாளிக்க நேருமோ!"

இவ்வாறு முயல் கூறியதைக் கேட்ட மற்ற முயல்கள்,

"ஆமாம்! ஆமாம்!" நமக்குத் தெரிந்த இடத்தில் நமக்கு தைரியமாக வாழ முடியவில்லை என்றால், தெரியாத இடத்தில் எப்படி வாழ்வோம் அதனால் நாம் இத் தவளைகளின் நண்பர்களாகவாவது வாழ்வோம் என்றன. அதேபோல் இந்த முயல்களும் தவளைகளும் நண்பர்களாயின. காட்டிலிருந்த மற்ற மிருகங்களும் நீர் நிலைக்குத் தங்கள் தாகத்தைத் தணித்துக் கொள்ள வருவதால் அங்கிருந்த முயல்களை துன்புறுவத்துவதை நிறுத்தின.

காகமும் நரியும்

"அடாது செய்தவன் படாது படுவான்."

காட்டின் ஓரத்திலில் ஓர் கிராமம் இருந்தது. அந்த கிராமத்தில். ஒரு பாட்டி வடை சுட்டு விற்று வந்தாள். அவள் கடையை ஒரு மரத்தடியில் விரித்திருந்தாள். அவளிடமிருந்து. வடையைத் திருடித் தின்பதே அந்த மரத்தில் குடியிருந்து காக்கைகளுக்கு ஒரு வாழ்வாதரமாக இருந்தது.

ஒரு காக்கை வடையைத் திருடினாலும் அதை தன் கூட்டத்திலுள்ள அனைத்துக் காக்கைகளிடமும் பகிர்ந்து உண்ணும். இந்தக் காக்கைகளை ஏமாற்றி அவற்றிடமிருந்து வடைகளை கவ்விக் கொண்டு ஓடுவது அக்காட்டில் வாழ்ந்த ஒரு நரிக்கு பிடித்தமான விளையாட்டு.

இப்படித்தான் ஒரு நாள் பாட்டி வடை சுடும் போது கிழவி எப்போது ஏமாறுவாள் என்று ஒரு காகம் மரக் கிளையில் உட்கார்ந்துக் காத்துக் கொண்டிருந்தது. அந்தக் காக்கையை எப்படி ஏமாற்றலாம் என்று ஒரு புதரின் பின்னால் மறைந்து நின்று கொண்டு நரி காத்து இருந்தது.

தன் காலை நீட்டி வடையைச் சுட்டுக் கொண்டிருந்த பாட்டிக்குத் தாகம் எடுக்க அடுப்பிலிருந்து தன் கவனத்தை தன் தண்ணீர் குவளைப் பக்கம் திருப்பி நீரைப் பருகினார். இது தான் சமயம் என்று காத்திருந்த காகம் விர் என்று வேகமாக கீழ் நோக்கிப் பறந்து வடையைத் தூக்கிக் கொண்டு மரத்தின் ஓர் கிளையில் மீண்டும் உட்கார்ந்தது.

வாயில் வடையோடு உட்கார்ந்திருந்த காக்கையைப் பார்க்க பார்க்க நரிக்கு வாயில் எச்சில் ஊறியது.

13

காக்கையை ஏமாற்றி வடையைப் பறிக்கும் எண்ணத்தோடு மரத்தை நெருங்கிய அந்த நரி

ஓ காக்கையாரே காக்கையாரே உங்கள் கருமை நிறம் தான் எவ்வளவு அழகு உங்கள் நிறத்தைப் பார்த்தவுடன் உங்கள் குரலை கேட்கவும் ஆசையாக உள்ளது. எனக்காக ஒரு பாட்டு பாடுவீரா என்று கேட்டது. நரியின் புகழ் வார்த்தைகளை நம்பிய காகமும் "கா கா" என்று கத்தியது.அதன் வாயிலிருந்து வடை கீழே விழுந்தது.

விழுகின்ற வடையை கவ்வ ஆசையோடு நரி காத்திருக்க மரத்திலிருந்த இன்னோரு காக்கை பறந்த படி விழுந்து கொண்டிருந்த வடையைக் கவ்விச் சென்று கிளையில் உட்கார்ந்தது. வடை கிடைக்காமல் நரி ஏமாந்து போனது.

அதே நேரத்தில் வடையை எடுத்தக் காகம் "கா, கா" என்று கரைந்து கொண்டு இருக்க அந்த வடையைப் பகிர்ந்து உண்ணத்தான் அழைக்கின்றது என்று எண்ணி அங்கு பறந்து வந்த காக்கைகள் தங்களின் உணவை ஏமாற்றிப் பறிக்க காத்திருக்கும் நரியைக் கண்டன.

கூட்டத்தில் இருக்கும் ஒவ்வோரு காகமும் இந்த நரியிடம் ஏதோ ஒரு விதத்தில் ஏமாந்த காரணத்தால் கோபம் கொண்டு கூட்டமாக அந்த நரியைத் துரத்த ஆரம்பித்தன. சில காக்கைகள் நரியின் கண்ணைப் கொத்த குறி வைத்தன. சில காக்கைகள் நரியின் முதுகைக் கொத்தி எடுத்தன. இரண்டு மூன்று காக்கைகள் நரியின் வலை அலகில் பற்றிக் கொண்டு எதிர்புறமாய் இழுக்க ஆரம்பித்தன. வலி தாங்க முடியாத நரி தப்பித்தோம் பிழைத்தோம் என்று ஓடி ஒளிந்தது.

விறகு வெட்டியும் பாம்பும்

"ஆழமறியாது காலை விடாதே!"

ஒரு விறகு வெட்டி தன் குடும்பத்துடன் காட்டின் அருகில் வாழ்ந்து வந்தான். காட்டின் அருகே. வாழ்ந்து வந்ததால் அங்கிருக்கும் சுள்ளிகள் விறகுகள் பூக்கள் மூலிகைகள் என்று காட்டில் கிடைக்கும் பல வளங்களை பக்கத்து கிராமங்களுக்குச் சென்று விற்று தன் பிழைப்பை நடத்தி வந்தான் முயல், அணில், காட்டுபன்றி போன்ற விலங்குகளோடு அவனுடைய குழந்தைகள் பயமின்றி பழகி வந்தனர்

குளிர் காலத்தில் ஒரு நாள் பொழுது சாய்ந்த வேளையில் மழை பெய்துக் கொண்டு இருக்கும் போது அந்த விறகுவெட்டி. காட்டிக் கடந்து. வீட்டை நோக்கி வந்து கொண்டு இருந்தான். அப்போது ஒரு பெரிய பாம்பு குளிரில் சுருண்டு இருப்பதைக் கண்டான். உடனே அதன் மேல் பரிதாபம் கொண்டு. அந்தப் பாம்பைத் தூக்கிக் கொண்டு தன் வீட்டிற்கு வந்தான். அங்கு தன் கணப்பு அடுப்பின் கீழே பாம்பு குளிர் காயட்டும் என்று அந்தப் பாம்பை போட்டுவிட்டான். கணப்பு சுட்டில் கொஞ்சம் கொஞ்சமாக குளிர் குறைந்ததும் பாம்பு தன் தலையைத் தூக்கியது.

பாம்புத் தன்னைக் கொத்த வருகின்றதோ என்ற பயத்தில் உடனே விறகு வெட்டித் தன் கோடாரியை எடுத்து அதன் தலையை. வெட்டப் போனான். அவன் பாம்பின் தலையை வெட்டும் முன்னே, விறகு வெட்டியின் மகள் ஒரு கனத்த கோணிப்பையை அந்த பாம்பின் மேல் போட்டாள்,

விறகு வெட்டியின் மகனோ விறகு வெட்டியின் கோடாலியைப் பிடுங்கித் தூக்கி எறிந்தான். கோணிப் பைக்கு அடியில் சுருங்கியிருந்த பாம்பை இன்னோரு கோணிப்பையில் கட்டிய மகள்,

"அண்ணா வருகிறயா? நாம் இந்தப் பாம்பை அதன் இருப்பிடத்தில் விட்டு வருவோமா? என்று கேட்டாள்.

"அப்பா நீங்கள் இந்தப் பாம்பின் மேல் பரிதாபம் கொண்டு அதைக் காப்பாற்ற முனைந்து பின் பயத்தினால் அதைக் கொல்லவும் பார்த்தீர்களே? அப்படிக் கொன்று இருந்தால் இந்தப் பாம்பிற்குக் கருணை காட்டி என்ன பிரயோசனம்?" என்று கேட்டாள்

"இந்தப் பாம்பை நீங்கள் அதனுடைய இருப்பிடத்திலேயே விட்டு இருந்தால் மழை நின்றதும் அந்தப் பாம்பு. சூரிய ஒளியில் குளிர்க் காய்ந்திருக்கும் தானே?", "இந்தப் பாம்பிற்கு நீங்கள் வீணாய் உயிர் ஆசை காட்டி மோசம். செய்ய இருந்தீர்ககளே?" என்று தன் தந்தையைக் கோபித்த மகன் தன் தங்கையுடன் காட்டிற்குள் சென்று பாம்பை விட்டு வந்தான்

ஓநாயும் கொக்கும்

"அடி நாக்கிலே நஞ்சும் நுனி நாக்கில் அமுதமும்"

ஒரு கொழுத்த கலைமானை வேட்டையாடி ஓநாய் ஒன்று தின்று கொண்டு இருந்தது. வேகவேகமாக உண்ணும் போது அதன் தொண்டையில் ஒரு சிறு எலும்பு மாட்டிக் கொண்டது. ஓநாயினால் வலி பொறுக்க முடியவில்லை.

செருமிப் பார்த்தது. ஓடை நீரைக் குடித்துப் பார்த்தது. என்ன செய்தாலும் தொண்டையில் மாட்டி கொண்ட எலும்பை எடுக்க முடியாமல் தவித்தது. எலும்பு வெளியே வரவில்லை. தொண்டையில் சிக்கிய அந்த சிறு துண்டு எலும்பு அந்த ஓநாய்க்கு உயிர் போகும் வேதனையைக் கொடுத்தது. ஓநாயின் நண்பர்கள் யாரும் அதற்கு உதவ முன்வரவில்லை. அப்போது ஒரு கொக்கு ஓநாயின் வேதனையைத் தன் நீண்ட அலகால் தீர்க்க முடியும் என்று கூறியது.

"என் நண்பனே நீ மட்டும் என் தொண்டையில் இருக்கும் இந்த எலும்புத் துண்டை எடுத்து விட்டால் என் உயிரைக் காப்பாற்றியதற்க்கான தகுந்த சன்மானத்தை நான் உனக்குத் தருகின்றேன்" என்றது ஓநாய்.

கொக்கு ஓநாயின் வாக்குறுதியை நம்பி ஓநாயின் தொண்டையிலிருந்து எலும்பை எடுக்க முன் வந்தது.

உடனே ஓநாய் பின்ங்காலை மடக்கி உட்கார்ந்து வாயைத் திறக்க பாறை மேல் நின்று கொண்ட கொக்கு, தன் முழு கழுத்தையும். ஓநாயின் வாய்க்குள் விட்டுத் தொண்டையின் குறுக்காக மாட்டி கொண்டிருந்த எலும்பை தன் அலகால் குத்தி எடுத்தது.

எடுத்த எலும்பை. வெளியே துப்பியக் கொக்கு

ஓநாயை நோக்கி, "நண்பா நீ எனக்கு என்ன சன்மானம் தருவாய்?", என்று கேட்டது. அதற்கு ஓநாய்.

"அட முட்டாள் கொக்கே!",

"நீ என்ன பெரிய வேலை செய்து விட்டாய்?" என் தொண்டைக்குள் உன் தலை இருந்தபோது நான் உன்னைக் கடித்துக் குதறிக் கொல்லாமல் உயிர் பிச்சைக் கொடுத்ததே நீ செய்த வேலைக்கு மிகப் பெரிய சன்மானம்." என்று கூறியது.

ஓநாய் போன்ற நயவஞ்சகர்களிடம் செய்நன்றியை எதிர்பார்ப்பதும் உண்மையிலேயே முட்டாள்தனம் என்று புரிந்து கொண்ட கொக்கு ஓநாயின் நயவஞ்சகத்தால் மனமுடைந்து அங்கிருந்து சென்றது.

சில நாட்கள் கழித்து ஓநாய்க்கு நாள் முழுதும் வேட்டையாடியும் ஒரு விலங்கும் அகப்படவில்லை அது பசியோடு. நிர் குடிக்க ஓடைக் கரைக்கு வந்த போது, அன்றொரு நாள் தனக்கு உதவி செய்த கொக்கு இன்றும் உதவக்கூடும் என்று நினைத்து கொக்கிடம் சென்றது.

"கொக்கே< கொக்கே, நான் மிகவும் பசியோடு இருக்கின்றேன். எனக்கு ஒரு கொழுத்த மீனை பிடித்துத் தருவாயா?" என்று கேட்டது.

அதற்கு அந்த கொக்கு

"ஏ ஓநாயே! உன்னிடம் முதல் முறை ஏமாந்த போது அதன் காரணம் உனது நயவஞ்சகத்தனம். நான் இம்முறை உன்னிடம் ஏமாந்து போனால் அதற்கு நானே பொறுப்பேற்க வேண்டிவரும். நன்றி கெட்ட நயவஞ்சகமான உன் அருகில் இருப்பதே எனக்கு ஆபத்து." என்று கூறி அவ்விடத்தை விட்டு பறந்து சென்றது.

18

பஞ்சத்தில் அடிபட்ட தவளைகள்

"அறிய அறியக் கெடுவார் உண்டா?"

ஒரு குளத்தில் கணவனும் மனைவியுமாக இரு தவளைகள் வாழ்ந்து வந்தன. ஒரு கோடையில் கொடிய வறட்சி ஏற்பட்டது. அதனால் இத்தவளைகள வாழ்ந்த குளம் வற்றிப் போனது.

குளத்திற்குள் இருந்த கொஞ்ச நஞ்ச நீரும் கழுவுநீர் கலந்து நச்சுத் தன்மையாய் மாறியது இனி இக்குளத்தில் வாழ முடியாது என்று புரிந்து கொண்ட தவளைத் தம்பதிகள் தாங்கள் வாழ வேறு இடம் தேடிச் செல்ல முடிவு செய்தனர் அப்படியே அவர்கள் இருவரும் ஒரு சுகாதாரமான இடத்தைத் தேடிச் சென்றனர். அவர்கள் வெகு தூரம் பயணித்த பிறகு ஒரு ஆழ் கிணற்றைக் கண்டனர் உடனே ஆண் தவளை அந்தக் கிணற்றை நோக்கி தாவித் தாவி ஓடியது.

கிணற்றுச் சுவரின் மேல் தாவி குதிக்க இருந்த அந்தத் தவளையை அதன் ஜோடி தடுத்து நிறுத்தியது.

"நாம் அவ்சரப்பட்டு கிணற்றுக்குள் குதிக்க. வேண்டாம். கொஞ்சம் நில்லுங்கள்."

"ஏன்? ஏன்? கிணறு எவ்வளவு ஆழமாக இருக்கிறது என்று பார்த்தாயா?, நாம் இங்கு கண்டிப்பாக பிரச்சனையில்லாமல் வாழலாம்." என்று கூறியது ஆண் தவளை.

"இல்லை இல்லை",

"எந்தக் காரியத்தையும் அதன் பின்விளைவுகளை யோசித்துப் பார்க்காமல் செய்யக் கூடாது என்று தெரியாதா? "ஆழம் தெரியாமல் காலை விடாதே!" என்று நீங்கள் கேள்விப்பட்டதில்லையா? என்றுக் கேட்டது பெண் தவளை

தங்களுக்கு நல்ல ஒரு வாழ்விடம் கிடைத்து விட்டது என்று நினைத்துக் கொண்டிருந்த ஆண் தவளை தன் மனைவி சொல்வதைக் கேட்டு கவலையும் பயமும். கொண்டது. "அப்படி என்றால் நாம் வாழ்வதற்கு ஒரு சுகாதாரமான இடமே கிடைக்காதா?" என்று கவலையுடன் கிணற்று சுவரிலேயே உட்கார்ந்து கொண்டது.

:அப்படி இல்லை. நாம் எது செய்தாலும் யோசித்துத் தான் செய்ய வேண்டும். அதற்காக எல்லாவற்றிக்க்கும். பயந்து நம் துணிவை விட்டு விடக் கூடாது."என்றது பெண் தவளை.

"ஆகா இப்போது என்னதான் செய்யச் சொல்கிறாய்? ஏற்கனவே இந்த சுட்டெரிக்கும் வெயிலில் நாவரண்டு போயிருக்கின்றோம். நாம் உயிரோடு இருக்க வேண்டுமென்றால் நாம் கண்டிப்பபால சுகாதாரமான நீர் நிலையைக் கண்டு பிடித்தே ஆக வேண்டும்."

பெண் தவளை சிறிது நேரம் யோசித்தது.

. நாம் இந்தக் கிணற்றின் அருகிலேயே இருப்போம். வேறு யாராவது இந்தப் பக்கம் இந்தக் கிணற்றைப் பயன் படுத்துகிறார்களா? என்று பார்ப்போம். இன்று இரவு வரை நாம் இங்கே இருப்போம். அப்படி யாரும் பயன் படுத்தினால் நாமும் இந்தக் கிணற்றுக்குள் சென்று வாழலாம்."" இல்லையென்றால், இரவு வரை ஓய்வு எடுத்து விட்டு வெயில் தாழ்ந்ததும் நாம் பயணப்படுவோம்." என்றது

மனைவித் தவளையின் யோசனை சரியாக இருக்கவே, இருவரும் கிணற்றோரத்தில் பதுங்கி இருந்தனர். அவர்களை ஏமாற்றாமல் ஒரு விவசாயி சிறிது நேரத்தில் வந்தார்.

அவர் வந்ததும் தண்ணீர் எடுக்க என்ன செய்கின்றார் என்று இந்தத் தவளைகள் கவனித்தன. ஆனால் அவர்கள் நம்பிக்கையோடு எதிர் பார்க்ததைப் போல அவர் கிணற்றிலிருந்து நீர் எடுக்காமல் கிணற்றுக்கு அருகிலிருந்த ஒரு

சிறு அறைக்குள் சென்று சிறிது நேரத்தில் வந்தார். அந்த அறையில் இருந்த இயந்திரம் உறும ஆரம்பிக்க எங்கோ தண்ணீர் விழும் சத்தம் தவளைகளுக்குக் கேட்க ஆரம்பித்தது.

ஆனால் நீர் விழுகின்ற சத்தம் தான் கேட்டதே தவிர நீரை தவளைகளால் கண்டு பிடிக்க முடியவில்லை.

ஆனால் அவர்கள் நீரின் ஓசையைக் கூர்ந்து கவனிக்க அந்த அறையின் கூரையில் நீர் விழும் சத்தம் கேட்டது. கிணற்றிலிருந்து நீர் எடுக்க ஆழ்குழாய் கிணற்றிலிருந்து நீரை விவசாயி. ஒரு தொட்டியில் ஏற்றிக் கொண்டிருந்தார்

அந்தத் தொட்டியை கண்டு கொண்ட தவளைகள். தண்ணீருக்குள் குதித்து ஆனந்தமாக வாழத் தொடங்கின

வஞ்சக நரி

"அடம்பன் கொடியும் திரண்டால் மிடுக்கு"

ஒரு காட்டில் ஒரு கரடி ஒரு பக்கமாக இரையைத் தேடிக் கொண்டிருந்தது.

அதேசமயம் காட்டின் இன்னொரு பக்கம் ஒரு சிங்கம் இரையைத் தேடிக் கொண்டிருந்தது அதே போல ஒரு நரியும் தன் இரையைத் தேடிக் கொண்டிருந்தது கரடியும் சிங்கமும் அலைந்து திரிந்து ஒரே நேரத்தில் ஒரு ஆட்டுக்குட்டியைக் கண்டன. இரண்டுமே ஆட்டும் குட்டியைத் தொடர்ந்து சென்று விரட்டி வேட்டையாடின. அப்படி வேட்டையாடி முடித்த பிறகு அந்த இரு பெரு மிருகங்களுக்கும் வேட்டையாடிய கறி யாருக்கு சொந்தம் என்று சண்டை மூண்டது.

இருவரும் ஒருவரை ஒருவர் பலமாகக் தாக்கிக் கொண்டனர்.

இவர்கள் இருவரும் இவ்வாறு ஒருவரை ஒருவர் தாக்கிக் கொள்வதைஅந்தப் பக்கமாக இரை தேடி வந்த நரி பார்த்தது.

தனக்கு வேலை இல்லாமல் நல்ல உணவு கிடைத்து விட்டது என்ற மகிழ்ச்சியில் புதர்களுக்கிடையே பதுங்கி நின்றது.

அந்த நரி எதிர்பார்த்தது போல தங்களுக்குள்ளே சண்டை இட்டுக் கொண்டிருந்த இரு மிருகங்களும் சண்டையிட்டு சண்டையிட்டே சோர்ந்து போயின. இவர்கள் சோர்ந்து போய் அசந்து இருந்த ஒரு வினாடியில் நரி

வேட்டையாடப்பட்ட ஆட்டுக் குட்டியின் உடலை தூக்கிக் கொண்டு ஓடியது. சோர்ந்திருந்த மிருகங்களும் ஐயோ தங்கள் உழைப்பு வீணாகி விட்டதே என்று வருந்தின.

அதே சமயம் இனி இப்படி ஏமாறக்கூடாது என்று தங்களுக்குள் முடிவு செய்து கொண்டன.

சில நாட்கள் கழித்து ஒரு மாலை வேளையில் கரடியும் சிங்கமும் காட்டில் உலாவிக் கொண்டு இருக்கும் போது ஒருவரை ஒருவர் சந்தித்துக் கொண்டனர். தாங்கள் இருவரும் இரை தேடி சண்டை இட்டும் கொண்டது இருவருக்கும் நினைவு வந்தாலும் நரியிடம் ஏமாந்து போனதும் அவர்களுக்கு நினைவு வந்தது.

தனக்குள் முடிவு செய்து கொண்ட சிங்கம் தான் கரடியை அழைத்தது.

"கரடியே இதோப் பார் நம் இருவரையும் அன்று அந்த நரி ஏமாற்றிய்து போல நாம் இனி எப்போதும் ஏமாறக் கூடாது." "அதற்கு ஏதாவது வழி செய்ய வேண்டும்" என்றது. சிங்கத்தின் கருத்தை ஒத்துக் கொண்ட கரடியும், "சிங்கராஜா நான் ஒன்று சொல்வேன். நீ காட்டின் புல்லும் புதரும் அதிகமாக இருக்கும் இடங்களில் வேட்டையாடு"

"நான் காட்டில் மரங்களடர்ந்த பகுதியில் இருக்கும் விலங்குகளை மட்டும் வேட்டையாடுகின்றேன். காட்டில் என்னிடமிருந்து தப்பி ஓடும் விலங்குகளை நீ உனக்கு உணவாக்கிக் கொள்."

"அதே போல உன்னிடம் இருந்து தப்பித்து உயிர் பிழைத்து காட்டுக்குள். ஓடி வரும் விலங்குகளை நான் வேட்டையாடிக் கொள்கின்றேன்." என்றது.

சிங்கம் அந்த யோசனைக்கு ஒத்துக் கொண்டாலும், உடனே "நாம் இப்படி செய்தால் மட்டும் போதாது. அந்தத் தந்திரக்கார நரிக்கு நான் பாடம் கற்பிக்க விரும்புகின்றேன்."என்று சொல்லி விட்டு சென்று விட்டது.

அதே போல சிங்கமும் கரடியும் அவர் அவர் பகுதியில் வேட்டையாடி வந்தன. இதனால் நரிக்கு அதிகமாக உணவு கிடைக்கவில்லை.அதனால் சிங்கத்தைப் பின்தொடர ஆரம்பித்தது.

தன்னைப் பின் தொடரும் நரியை கண்டு கொண்ட சிங்கம் வேட்டை

ஆடுவதை நிறுத்தி விட்டு. தன் கூட்டத்தினரிடம் சென்றது. அதன் பின் சிங்கக் கூட்டம் அந்த நரியைத் துரத்தி அடித்தன. தன் ஒருவனால் செய்ய முடியாததை தன் கூட்டத்துடன் இணைந்து செய்து முடித்தது சிங்கம்.

சிங்கத்திடமிருந்து தப்பிய நரி காட்டுக்குள் சென்று மறைந்தது.

அந்தோ பரிதாபம!. அது கரடியின் கண்ணில் பட்டு விட்டது. அன்று பார்த்து அதிகப் பசியோடு இருந்த கரடி. நரியை துரரத்தித் துரத்தி அடித்துக் கொன்று தின்றது

மயிலும் காகமும்

"எளியாரை வலியார் கேட்டால்
வலியாரைத் தெய்வம் கேட்கும்"

ஒரு காட்டில் நன்றாக மழை பெய்யும் நேரத்தில் அனைத்துப் பறவைகளும் மரக்கிளையில் பதுங்கி இருந்தன. அப்படி ஒவ்வோரு பறவையு, பதுங்கி இருக்கும் போது மயில்கள் மட்டும் அழகாகத் தோகை விரித்து ஆட ஆரம்பித்தன. கொட்டும் மழையில் ஆடும் மயில்களைப் பார்க்கவே மிகவும் அழகாக இருந்தது.

மயில்களின் நடனத்தைப் பார்த்துக் கொண்டு இருந்த ஒரு அண்டங்காக்கைக்குத் தானும் மயில் போல நடனமாட வேண்டும் என்று ஆசை வந்தது மழை நின்றதும் நடனமாடிய மயில்களை அதைப் பார்த்துக் கொண்டிருந்த பறவைகளும் விலங்குகளும் பாராட்டின.

அதைப் பார்த்ததும் அண்டங்காக்கைக்கு தானும் மயில் போல ஆட வேன்டும் என்ற ஆசை அதிகமானது. அதனால் மயில்களின் பின்னாலேயே சென்று கீழே விழும் மயிற்பீலிகளை எடுத்து தன் உடம்பில் குத்திக் கொண்டு நடனம் ஆட ஆரம்பித்தது. அந்தோப் பரிதாபம் காக்கை நடனமாடும் போது அது குத்தி வைத்திருந்த மயிலிறகுகள் அதன் முதுகில் இருந்து விழுந்து விட்டன. அதைக் கண்ட மற்றக் காகங்கள் அண்டங்காக்கையை ஏளனம் செய்து பேசினர்

கேலி பேசியது மட்டுமல்லாமல், "மயிலாக ஆக வேண்டும் என்று தானே போனாய் நீ மயிலாகவே இரு போ நீ எங்கள் கூட்டத்திற்கு வேன்டாம்" என்று சொல்லி அண்டங்காக்கையை ஒதுக்கித் தள்ளின. இதனால் அந்தக் காக்கை தன்னந்தனியாளாக நின்றது. மனது வருத்ததுடன் இருந்த காக்கைக்குத் தன் தவறு புரியவில்லை. வருத்தத்துடன்

ஓரமாய் ஒதுங்கி நின்று காக்கைக் கூட்டத்தையே ஏக்கமாகப் பார்த்துக் கொண்டு நின்றிருந்தது.

அப்பொது அந்தப் பக்கமாக வந்த மயில்கள் தங்கள் பின்னாலேயே நடந்து வந்த காகம் வருத்தமாக இருப்பதைக் கண்டன.

"ஏய் காகமே ஏன் திடீரென்று வருத்தமாக இருக்கின்றாய்?"என்று கேட்டன.உடனே அண்டங்காக்கை தான் விருப்பப்பட்ட்டதையும், தன் கூட்டத்தால் ஒதுக்கபப்ட்டதையும் மயில்களிடம் சொன்னது. உடனே மயில்கள் காக்கைக்கூட்டத்திடம் சென்றன.

" ஏன் காக்கையை நீங்கள் ஒதுக்கினீர்கள்? பாவம் உங்கள் செயலால் உங்களில் ஒருவன் காயப்பட்டு இருக்கின்றான்." என்றுஉங்களுக்குப் புரியவில்லையா?" என்று கேட்டது ஒரு மயில்.

"ஏன் இந்த காக்கைக்கு எங்களைப் போல இருப்பதைக் கொண்டு மகிழ்ச்சியாய் இருக்கத் தெரியவில்லையா என்ன?"

என்று ஒரு காக்கை கேட்க ,

"இல்லாததற்கு ஏன் ஆசைப்பட வேண்டும்?" என்றது இன்னோரு காக்கை.

"பேராசைப் பெருநஷ்ட்டம்,"

" பேராசை பெருநஷ்ட்டம்"

என்று கரைந்து கொண்டே காக்கைகள் பறந்து போயின. அப்போது அங்கு வந்த இரு கரிச்சான் குருவிகள் காக்கைகளுடன் சண்டையிட்டு அந்த இடத்திலிருந்து போகவிடாமல் காக்கைகளை தடுத்து நிறுத்தின.

"எங்களை ஏன் தடுத்து நிறுத்துகிறாய்? இவன் தானே எங்களை விட்டு மயிலாக மாறிவிடப் போனான். நீ அவனிடம் உன் கோபத்தைக் காட்டு" என்றன காக்கைகள்.

அதற்குக் கரிச்சான் குருவிகள் "நாங்கள் எருமைகள் மேலும் மாடுகள் மேலும் உட்கார்ந்து எங்களுக்குத் தேவையான உணவை எடுத்துக் கொள்கின்றோம் நாங்கள் அவர்களைப் போல இல்லை என்பதற்காக மாடுகள் என்னை விரட்டி அடிக்கின்றனவா? என்று கேட்டன

. அப்போது அங்கே வந்த பச்சோந்தியும், "நான் நிறம் மாறிக்கொண்டே தான் இருக்கின்றேன், அதற்காக தோட்டத்தில் இருக்கும் மற்ற ஓணான்களும் ஆமைகளும் என்னோடு சண்டை போடுவதில்லையே" என்றது.

"அதெல்லாம் தெரியாது. இவன் என்னவோ காகமாக இருப்பது இழுக்கு என்று எண்ணிக் கொண்டு தானே மயிலாக மாறப் பார்த்தான் அதனால் இவன் எங்களுக்குத் தேவையே இல்லை". என்றன சில காக்கைகள்>

"நான் கோழி போலவும் இருக்கின்றேன், மயில் போலவும் இறக்கை வைத்துள்ளேன். இவர்கள் இருவரையும் விட நான் வித்தியாசமானவன் தான். ஆனால் இவர்கள் என்னிடம் சண்டை இடுவது இல்லையே நீங்கள் ஏன் உங்கள் கூட்டத்தின் ஒருவனோடு சண்டை இழுக்கின்றீர்கள்?" என்று வான் கோழி கேட்டது. இப்படி ஆரவாரமாக இருப்பதைப் பார்த்து என்ன என்று வேடிக்கைப் பார்க்க வந்த முயல் கூட "எங்கள் வளைகளுக்கருகிலேயே தான் ஆமைகளும் நில அணில்களும் சேர்ந்து தான் வசிக்கின்றோம் நாங்கள் என்ன சண்டையாப் போடுகின்றோம்?" என்று கேட்டது.

"நாங்கள் ஒன்றும் மயில்களுடன் சண்டை போடவில்லையே, மயிலாய் மாற நினைத்தக் காகத்தைத் தானே வேண்டாம் என்று சொல்கின்றோம்"

அப்போது அங்கு வந்த செங்குதக் கொண்டைக்குருவி. "காகங்களே ஏன் புரியாமல் பேசுகின்றீர்கள். தன் கூட்டைக் காக்க கழுகுகளையும் வல்லூறுகளையும் விரட்டும் இக்கரிச்சான் குருவிகளின் எல்லைக்குள் அவர்களின் பாதுகாப்பில் எவ்வளவு ஆனந்தமாக கூடு கட்டி வாழ்கின்றேன்."

"நாம் ஒருவரோடு ஒருவர் ஒற்றுமையாக வாழ வேண்டாமா?" என்றது. காக்கைகள் கொண்டைக்குருவி சொல்வதை கேட்க முடியாதபடிக்கு "கா, கா" என்று கரைந்து கொண்டு அங்கே இருந்து பறக்க முயற்சித்தன. அப்போது அங்கு வந்த குயில் ஜோடி காக்கைகளைப் பார்த்து ஏளனமாக சிரித்தன.

"ஏன் எங்களைப் பார்த்து சிரிக்கின்றீர்கள்?"

"ஓ நான் உங்கள் கூட்டில் தான் வந்து முட்டை இடுகின்றேன். என் குழந்தைகளை நீங்கள் தான் பராமரித்து வளர்க்கின்றீர்கள்?" என்றது பெண் குயில்

"நான் சிட்டுப் பருந்துகளைப் போல குரல் கொடுப்பேன். அது நான் தான் என்று தெரியாமல் நீங்கள் பயந்து ஓடுவீர்கள்" என்றது ஆண் குயில்

"வேறு இனமான எங்கள் செயலையே இயற்கை என்று ஏற்றுக் கொண்ட உங்களுக்கு உங்கள் இனத்தவன் மேல் கோபம் ஏன்?" "ஒற்றுமைக்கு இலக்கணம் நீங்கள் தான் என்று மனிதர்கள் உங்களை தங்கள் குழந்தைகளுக்கு காட்டுகின்றார்கள். நீங்கள் உங்கள் இனத்தவரையே ஒதுக்கி வைக்கலாமா?" என்று கேட்டன.

"இவர்களிடம் பேசிப் பயனில்லை" என்ற மயில் கூட்டம் அண்டங்காக்கையை தங்களோடு அழைத்துச் சென்றன, மயில்களை காக்கைக் கூட்டத்திற்கு அறிவுரை சொன்ன அத்தனை பறவைகளும் தொடர்ந்தன.

www.ingramcontent.com/pod-product-compliance
Lightning Source LLC
Chambersburg PA
CBHW032053290426
44110CB00012B/1071
9780983908852